CHINESE MADE EASY FOR KIDS

2 Textbook

Simplified Characters Version

轻松学汉语 少儿版（课本）

Yamin Ma

Joint Publishing (H.K.) Co., Ltd.

三联书店（香港）有限公司

Chinese Made Easy for Kids *(Textbook 2)*

Yamin Ma

Editor	Luo Fang
Art design	Arthur Y. Wang, Annie Wang, Yamin Ma
Cover design	Arthur Y. Wang, Zhong Wenjun
Graphic design	Zhong Wenjun
Typeset	Zhong Wenjun

Published by
JOINT PUBLISHING (H.K.) CO., LTD.
Rm. 1304, 1065 King's Road, Quarry Bay, Hong Kong

Distributed in Hong Kong by
SUP PUBLISHING LOGISTICS (HK) LTD.
3/F., 36 Ting Lai Road, Tai Po, N.T., Hong Kong

First published October 2005
Eighth impression July 2011
Copyright ©2005 Joint Publishing (H.K.) Co., Ltd.

E-mail: publish@jointpublishing.com

轻松学汉语 少儿版 （课本二）

编　著　马亚敏

责任编辑	罗　芳
美术策划	王　宇　王天一　马亚敏
封面设计	王　宇　钟文君
版式设计	钟文君
排　版	钟文君

出　版	三联书店（香港）有限公司
	香港鲗鱼涌英皇道1065号1304室
香港发行	香港联合书刊物流有限公司
	香港新界大埔汀丽路36号3字楼
印　刷	中华商务彩色印刷有限公司
	香港新界大埔汀丽路36号14字楼
版　次	2005年10月香港第一版第一次印刷
	2011年7月香港第一版第八次印刷
规　格	大16开（210 x 260mm）128面
国际书号	ISBN 978-962-04-2498-4

© 2005 三联书店（香港）有限公司

Acknowledgements

The author is grateful to all the following people who have helped to bring the books to publication:

- 李昕先生、陈翠玲女士 who trusted my ability and expertise in the field of Chinese language teaching and learning, and offered support during the period of publication.
- Editor, 罗芳, graphic designers, 钟文君、林敏霞 for their meticulous work. I am greatly indebted to them.
- Art consultants, Arthur Y. Wang and Annie Wang, whose guidance, creativity and insight have made the books beautiful and attractive. Artists, 龚华伟、陆颖、万琼、张乐民、吴蓉蓉、Arthur Y. Wang and Annie Wang for their artistic ability in the illustrations.
- Ms. Xinying Li who gave valuable suggestions in the design of this series and contributed some exercises and rhymes. I am grateful for her encouragement and support for my work.
- Ms. Xinying Li, Edward Qiu and Alisia Zhang who assisted the author with the sound recording.
- Xinying Li, Sally Lean and Julia Zhu who have given me constructive and helpful advice during the process of writing this series. They also proofread the manuscripts.
- Finally, members of my family who have always supported and encouraged me to pursue my research and work on these books. Without their continual and generous support, I would not have had the energy and time to accomplish this project.

INTRODUCTION

■ The primary goal of this series *Chinese Made Easy for Kids* is to help total beginners, particularly primary school students, build a solid foundation for learning Chinese as a second/foreign language. This series is designed to emphasize the development of communication skills in listening and speaking. The unique characteristic of this series is the use of the Communicative Approach, which also takes into account the differences between Chinese and European languages, in that the written Chinese characters are independent of their pronunciation.

■ *Chinese Made Easy for Kids* is composed of 4 colour textbooks (Books 1 to 4), each supplemented by a CD and a workbook in black and white.

COURSE DESIGN

Chinese Made Easy for Kids (Books 1 to 4) have been written to provide a solid foundation for the subsequent use of *Chinese Made Easy* (Books 1 to 5).

■ **Phonetic symbols and tones**

Children will be exposed to the phonetic symbols and tones from the very beginning. The author believes that children will overcome temporary confusion within a short period of time, and will eventually acquire good pronunciation and intonation of Mandarin with on-going reinforcement of pinyin practice. Throughout, pinyin is printed in light blue or grey above each character, to draw children's attention to the characters.

■ **Chinese characters**

Chinese characters in this series are taught according to the character formation system. Once the children have a good grasp of radicals and simple characters, they will be able to analyze most of the compound characters they encounter, and to memorize new characters in a logical way.

■ **Vocabulary and sentence structures**

Children at this age tend to learn vocabulary related to their environment. Therefore, the chosen topics are: family members, animals, food, colours, clothing, daily articles, school facilities, modes of transport, etc. The topics, vocabulary and sentence structures in previous books will reappear in later books of this series to consolidate and reinforce memory.

■ **Textbook: listening and speaking skills**

The textbook covers new vocabulary and simple sentence structures with particular emphasis on listening and speaking skills. Children will develop oral communication skills through audio exercises, dialogues, questions and answers, and speaking practice. In order to reinforce and consolidate knowledge, the games in the textbook are designed to create a fun learning environment. The accompanying rhymes in the textbook mainly consist of new vocabulary in each lesson to aid language acquisition.

■ **Workbook: character writing and reading skills**

A variety of exercises are carefully designed to suit the children's ability. The children will be expected to trace and copy characters, and to develop reading skills by reading phrases, sentences and short paragraphs. The difficulty level of the exercises gradually increases as the children become more confident in their ability to use Chinese.

COURSE LENGTH

■ This series is designed for primary 1 to 6 students. With one lesson daily, able and highly motivated children might complete one book within one academic year. At the end of Book 4, they can move on to the series *Chinese Made Easy* (Books 1 to 5) previously published. As the four books of this series are continuous and ongoing, each book can be taught within any time span.

HOW TO USE Chinese Made Easy for Kids

Here are a few suggestions from the author:

The teacher should:

■ provide every opportunity for the children to develop their listening and speaking skills. A variety of speaking exercises included in the textbook can be modified according to the children's ability

■ go over the phonetic exercises in the textbook with the students. At a later stage, the children should be encouraged to pronounce new pinyin on their own

■ emphasize the importance of learning basic strokes and stroke order of characters. The teacher should demonstrate the stroke order of each character to total beginners. Through regular practice of counting strokes of characters, the children will find it easy to recognize the old and new characters

■ guide the children to analyze new characters and encourage them to use their imagination to aid memorization

■ modify the games in the textbook according to children's abilities

■ skip, modify or extend some exercises according to the children's levels. A wide variety of exercises in the workbook can be used for both class work and homework

■ encourage children to recite times table attached at the end of Book 3 and 4 of this series. The author believes that being able to recite the Chinese times table will facilitate the children's learning of multiplication.

The children are expected to:

■ trace the new characters in each lesson

■ memorize radicals and simple characters

■ recite the rhyme in each lesson

■ listen to the recording of the text a few times in Book 3 and 4, and tell the story if they can. As these texts are in picture book form, the children should find them appealing.

The text for each lesson, the audio exercises, phonetic symbols and rhymes are on the CD attached to the textbook. The symbol indicates the track number. For example, (CD)T1 is track one.

Yamin Ma

September 2005, Hong Kong

CONTENTS

第一课
nǐ jiā zài nǎr
你家在哪儿

CD T1

wǒ jiā zhù zài huā yuán lù wǔ bǎi qī shí hào
我家住在花园路五百七十号。

wǒ jiā de diàn huà hào mǎ shì
我家的电话号码是：

èr líng qī liù   yāo wǔ bā sì
二〇七六 一五八四。

nǐ jiā zhù zài nǎr
你家住在哪儿？

nǐ jiā de diàn huà hào mǎ shì duō shao
你家的电话号码是多少？

New words:

1. **zhù** 住 live
2. **zài** 在 in; on
3. **huā** 花 flower
4. **yuán** 园 garden   **huā yuán** 花园 garden
5. **lù** 路 road
6. **bǎi** 百 hundred
7. **hào** 号 number
8. **huà** 话 talk   **diàn huà** 电话 telephone

9. **mǎ** 码 number   **hào mǎ** 号码 number
   diàn huà hào mǎ 电话号码 telephone number
10. **nǎ** 哪 which; what
11. **ér** 儿 suffix   **nǎr** 哪儿 where
12. **duō** 多 many; much
13. **shǎo** 少 few; little
    duō shao 多少 how many; how much

1 Say in Chinese.

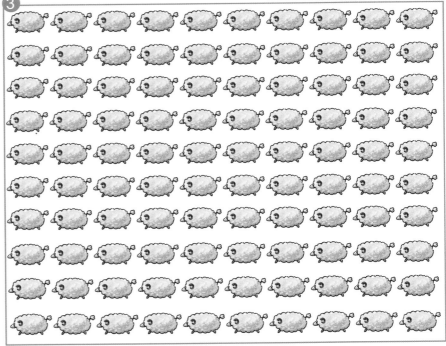

2

2 Fill in the missing numbers.

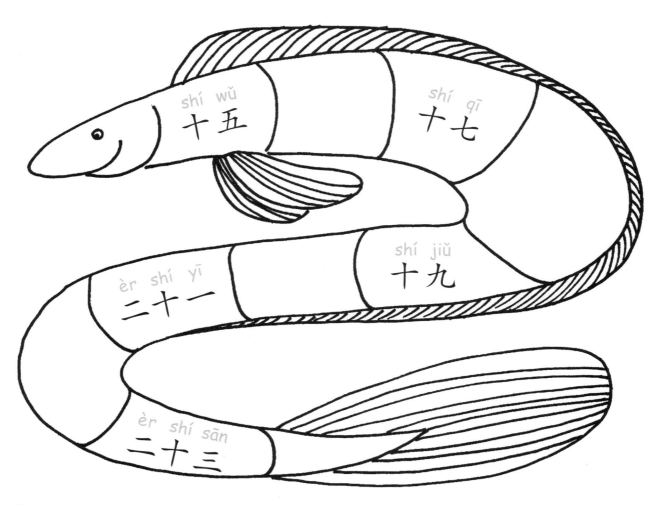

shí wǔ 十五
shí qī 十七
shí jiǔ 十九
èr shí yī 二十一
èr shí sān 二十三

3 Learn the radicals.

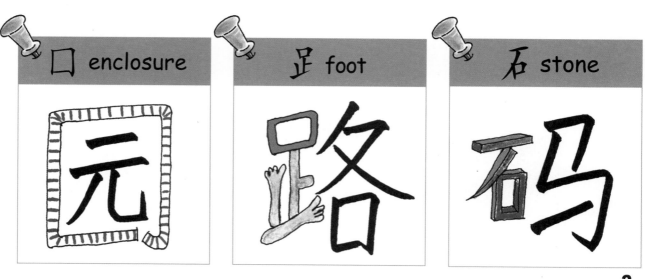

口 enclosure
元

足 foot
路

石 stone
码

4 **Say in Chinese.**

EXAMPLE: 15 → 十 五
　　　　　　　　　shí wǔ

① 19 →

② 20 →

③ 23 →

④ 100 →

⑤ 1,000 →

⑥ 10,000 →

5 CD T2 **Listen, clap and practise.**

qǐng wèn　qǐng wèn　nǐ jiā zhù nǎr
请问，请问，你家住哪儿？

wǒ jiā zhù zài huā yuán lù
我家住在花园路。

qǐng wèn　qǐng wèn　tā jiā zhù nǎr
请问，请问，他家住哪儿？

tā jiā zhù zài hóng shí lù
他家住在红石路。

6 **Learn the characters.**

①
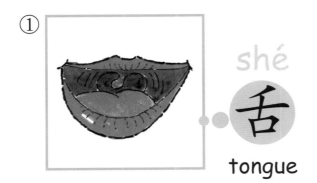

shé
舌
tongue

②
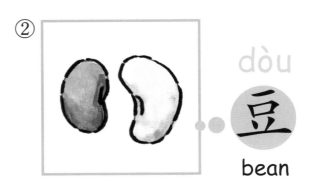

dòu
豆
bean

4

7 Read aloud the following telephone numbers.

EXAMPLE: 2513 8790 → 二五一三 八七九〇
èr wǔ yāo sān bā qī jiǔ líng

1) 9438 7610

2) 5491 0074

3) 2708 1174

4) 9673 2005

8 (CD)T3 Listen to the recording and fill in the missing numbers.

1) 2 4 7 _3_ 4 3 _0_ 8

2) 9 ___ 6 5 2 ___ 0 7

3) 5 4 ___ 0 9 3 ___ 1

4) 9 ___ 3 1 1 ___ 5 3

5) 8 4 ___ 9 ___ 3 2 1

6) 5 ___ 3 0 6 6 4 ___

9 **Ask your classmates their names and telephone numbers and write them down.**

nǐ jiào shén me míng zi   nǐ jiā de diàn huà hào mǎ shì duō shao
你叫什么名字？你家的电话号码是多少？

xìng míng 姓名	diàn huà hào mǎ 电话号码
1)	
2)	
3)	
4)	

10 Game.

INSTRUCTIONS:

1 The whole class may join the game.

2 Those who do not get the right answers are out of the game.

EXAMPLE:

7 + 2 = 9

11 Say in Chinese.

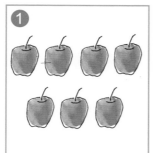

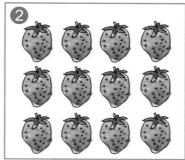

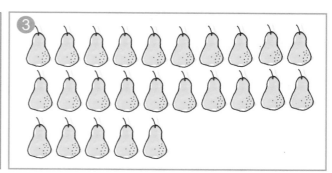

④

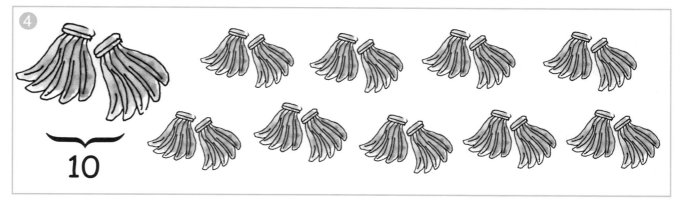

10

12 Ask your classmates the following questions.

nǐ jiào shén me míng zi   nǐ jǐ suì
1) 你叫什么名字？你几岁？

nǐ jiā yǒu jǐ kǒu rén   yǒu shuí
2) 你家有几口人？有谁？

nǐ jiā zhù zài nǎr
3) 你家住在哪儿？

nǐ jiā de diàn huà hào mǎ shì duō shao
4) 你家的电话号码是多少？

dì èr kè
第二课
wǒ ài jiā rén
我爱家人

CD T4

wǒ jiā yǒu sān kǒu rén　　bà ba　　mā
我家有三口人：爸爸、妈
ma hé wǒ　　wǒ méi yǒu xiōng dì　jiě
妈和我。我没有兄弟姐
mèi　　wǒ yǒu yé ye　　nǎi nai　　yí
妹。我有爷爷、奶奶、一
ge shū shu hé liǎng ge gū gu　　wǒ de jiā rén dōu hěn ài
个叔叔和两个姑姑。我的家人都很爱
wǒ　　wǒ yě ài tā men
我，我也爱他们。

New words:

xiōng
1 兄 elder brother

xiōng dì jiě mèi
兄弟姐妹 brothers and sisters

yé
2 爷 grandfather

yé ye
爷爷 (paternal) grandfather

nǎi
3 奶 milk

nǎi nai
奶奶 (paternal) grandmother

shū
4 叔 uncle

shū shu
叔叔 (paternal) uncle

gū
5 姑 aunt

gū gu
姑姑 (paternal) aunt

jiā rén
6 家人 family member

ài
7 爱 love; like

yě
8 也 also

tā men
9 他们 they

8

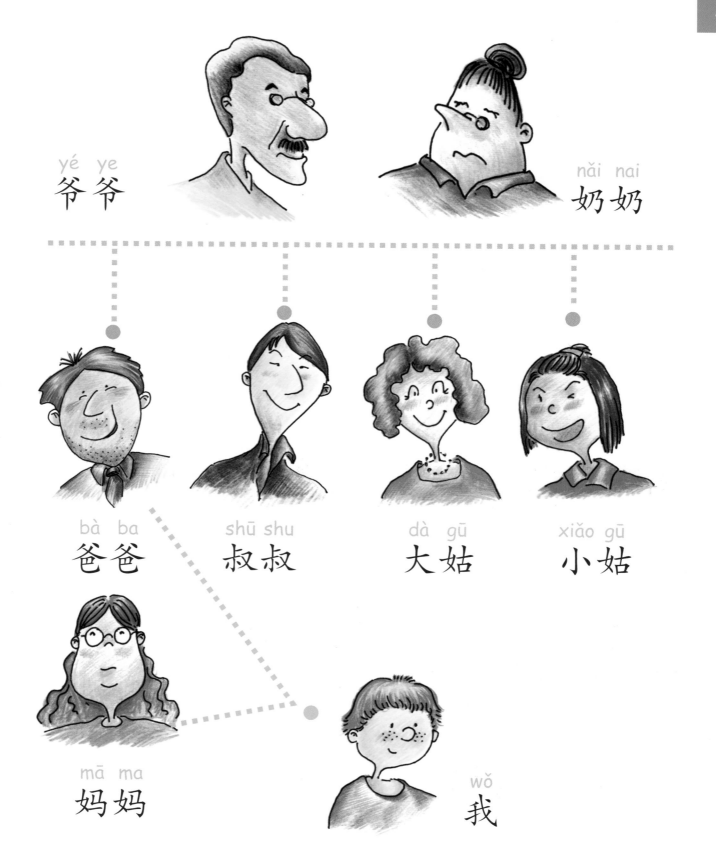

yé ye
爷爷

nǎi nai
奶奶

bà ba
爸爸

shū shu
叔叔

dà gū
大姑

xiǎo gū
小姑

mā ma
妈妈

wǒ
我

Ask your classmates the following questions.

nǐ yé ye　　　nǎi nai hái zài ma
1) 你爷爷、奶奶还在吗？

tā men zhù zài nǎr　　　tā men yǎng chǒng wù ma
2) 他们住在哪儿？他们 养 宠 物吗？

tā men de diàn huà hào mǎ shì duō shao
3) 他们的电话号码是多少？

nǐ yǒu shū shu　　gū gu ma　　yǒu jǐ ge
4) 你有叔叔、姑姑吗？有几个？

2 **Say in Chinese.**

wài pó 外婆　　wài gōng 外公　　yé ye 爷爷　　nǎi nai 奶奶

ā yí 阿姨　jiù jiu 舅舅　mā ma 妈妈　bà ba 爸爸　shū shu 叔叔　gū gu 姑姑

wǒ 我

Extra words:

a　wài gōng 外公 (maternal) grandfather

b　wài pó 外婆 (maternal) grandmother

c　jiù jiu 舅舅 (maternal) uncle

d　ā yí 阿姨 (maternal) aunt

3 (CD) T5 **Listen, clap and practise.**

wǒ yǒu yé ye hé nǎi nai
我有爷爷和奶奶，

hái yǒu shū shu hé gū gu
还有叔叔和姑姑。

wǒ yǒu wài gōng hé wài pó
我有外公和外婆，

yě yǒu ā yí hé jiù jiu
也有阿姨和舅舅。

tā men ài wǒ wǒ ài tā men
他们爱我，我爱他们，

wǒ men shì kuài lè de yì jiā
我们是快乐的一家。

4 (CD) T6 **Listen to the recording. Tick what is correct and cross what is incorrect.**

5 Look, read and match. Write the numbers.

① sān ge rén
1 a) 三个人

wǔ ge píng guǒ
☐ b) 五 个 苹 果

yì tiáo gǒu
☐ c) 一 条 狗

yì tiáo qún zi
☐ d) 一 条 裙 子

sì tiáo yú
☐ e) 四 条 鱼

yì tiáo kù zi
☐ f) 一 条 裤 子

liǎng ge nǚ shēng
☐ g) 两 个 女 生

yí ge wén jù hé
☐ h) 一 个 文 具 盒

6 Learn the radical.

爫 claw

爱

7 Learn the characters.

①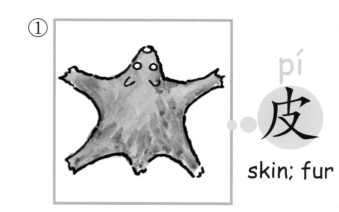

pí
皮
skin; fur

②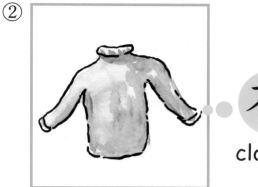

yī
衣
clothes

8 Game.

EXAMPLE: 6 + 6 = 12

INSTRUCTIONS:

1 The whole class may join the game.

2 One student is asked to go to the front. He uses both hands to show the signs of numbers.

3 Those who do not say the correct answers are asked to go to the front to act.

9 Speaking practice.

wǒ jiā yǒu sì kǒu rén　　bà ba
EXAMPLE: 我家有四口人：爸爸……

wǒ yǒu yé ye　　nǎi nai
我有爷爷、奶奶……

IT IS YOUR TURN!

Introduce your family members.

dì sān kè
第三课
jīn tiān wǒ shēng rì
今天我生日

CD T7

wǒ zài yì jiǔ jiǔ jiǔ nián shí èr yuè
我 在一九九九年十二月

wǔ hào chū shēng   nà tiān shì xīng qī
五 号 出 生 ， 那 天 是 星 期

tiān   wǒ shǔ tù   jīn tiān
天 。 我 属 兔 。 今 天

shì wǒ de shēng rì
是 我 的 生 日 。

New words:

1 今 jīn now; today 今天 jīn tiān today

2 日 rì sun; day 生日 shēng rì birthday

3 出 chū go or come out
  出生 chū shēng be born

4 年 nián year

5 十二月 shí èr yuè December

6 星 xīng star

7 期 qī a period of time 星期 xīng qī week
  星期天 xīng qī tiān Sunday

8 属 shǔ be born in the year of (one of the 12 zodiac animals)

9 兔 tù rabbit

14

1 Say in Chinese.

xīng qī yī
星期一

xīng qī èr
星期二

xīng qī sān
星期三

xīng qī sì
星期四

xīng qī wǔ
星期五

xīng qī liù
星期六

xīng qī rì tiān
星期日／天

2 Answer the questions.

jīn tiān xīng qī jǐ
1) 今天星期几？

jīn tiān xīng qī
今天星期_____。

jīn tiān shì xīng qī sì ma
2) 今天是星期四吗？

_____。

3 Learn the radical.

刂（刀）knife

兇

15

4 Say in Chinese.

yí yuè
一 月

èr yuè
二 月

sān yuè
三 月

sì yuè
四 月

wǔ yuè
五 月

liù yuè
六 月

qī yuè
七 月

bā yuè
八 月

jiǔ yuè
九 月

shí yuè
十 月

shí yī yuè
十 一月

shí èr yuè
十 二月

5 Learn the characters.

huǒ

火
fire

①

②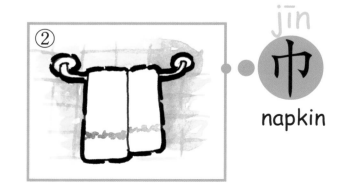

jīn

巾
napkin

16

6 CD T8 Listen, clap and practise.

nǐ shǔ shén me　　wǒ shǔ tù
你属什么？我属兔。

tā shǔ shén me　　tā shǔ hǔ
他属什么？他属虎。

jīn tiān wǒ shēng rì　　míngtiān tā shēng rì
今天我生日，明天他生日。

zhēn kuài lè　　zhēn kuài lè
真快乐！真快乐！

7 Game.

INSTRUCTIONS:

1 The whole class may join the game.

2 The teacher says the month and date in English, and the students are expected to say them in Chinese.

EXAMPLE:

sān yuè èr hào
March 2 → 三月二号

8 Say in Chinese.

EXAMPLE:

> January 2
> Sunday

yí yuè èr hào
一月二号
xīng qī tiān
星期天

> 2005
> May 6
> Friday

èr líng líng wǔ nián
二〇〇五年
wǔ yuè liù hào
五月六号
xīng qī wǔ
星期五

❶
February 15
Tuesday

❷
June 20
Monday

❸
August 10
Wednesday

❹
2006
December 25
Sunday

9 Game.

INSTRUCTIONS:

1 The whole class may join the game.

2 Student A guesses that Student B was born in a certain month.
Student B says either "correct" or "incorrect".

18

10 🔘CD T9 **Listen to the recording and fill in the missing numbers.**

wǒ bà ba　　　　　　　　nián chū shēng
1) 我 爸 爸 ＿＿＿＿＿ 年 出 生 。

wǒ mā ma　　　　　　　　nián chū shēng
2) 我 妈 妈 ＿＿＿＿＿ 年 出 生 。

wǒ gē ge de shēng rì shì　　　yuè　　　hào
3) 我 哥 哥 的 生 日 是 ＿＿ 月 ＿＿ 号 。

wǒ dì di de shēng rì shì　　　yuè　　　hào
4) 我 弟 弟 的 生 日 是 ＿＿ 月 ＿＿ 号 。

wǒ chū shēng nà tiān shì xīng qī
5) 我 出 生 那 天 是 星 期 ＿＿ 。

11 **Read and match.**

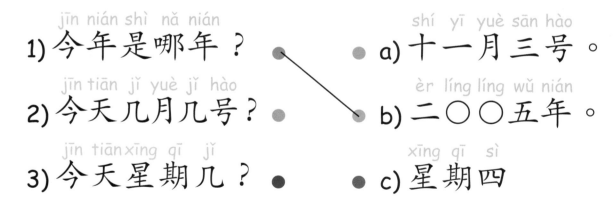

jīn nián shì nǎ nián
1) 今 年 是 哪 年 ？

shí yī yuè sān hào
a) 十 一 月 三 号 。

jīn tiān jǐ yuè jǐ hào
2) 今 天 几 月 几 号 ？

èr líng líng wǔ nián
b) 二 〇 〇 五 年 。

jīn tiān xīng qī jǐ
3) 今 天 星 期 几 ？

xīng qī sì
c) 星 期 四

IT IS YOUR TURN!

Ask your partner the above questions.

12 Ask your partner the following questions.

猪 2007
鼠 2008
牛 2009
虎 1998
兔 1999
龙 2000
蛇 2001
马 2002
羊 2003
猴 2004
鸡 2005
狗 2006

Extra words:

a   niú 牛 ox

b   hǔ 虎 tiger

c   lóng 龙 dragon

d   shé 蛇 snake

e   yáng 羊 sheep

f   hóu 猴 monkey

g   jī 鸡 chicken

h   zhū 猪 pig

Questions	xué shēng 学 生
1) nǐ nǎ nián chū shēng 你 哪 年 出 生 ？	
2) nǐ de shēng nǐ shì jǐ yuè jǐ hào 你 的 生 日 是 几 月 几 号 ？	
3) nǐ jīn nián jǐ suì 你 今 年 几 岁 ？	
4) nǐ shǔ shén me 你 属 什 么 ？	

13 Ask your classmates the following questions.

nǐ jiā yǒu jǐ kǒu rén   nǐ yǒu shū shu   gū gu ma
1) 你家有几口人？你有叔叔、姑姑吗？

nǐ jiā de diàn huà hào mǎ shì duō shao
2) 你家的电话号码是多少？

jīn tiān jǐ yuè jǐ hào   xīng qī jǐ
3) 今天几月几号？星期几？

14 Speaking practice.

EXAMPLE:

wǒ jiā yǒu sān kǒu rén   bà
我 家 有 三 口 人 ： 爸

ba   mā ma hé wǒ   wǒ bà
爸 、 妈 妈 和 我 。 我 爸

ba sān shí wǔ suì   tā shǔ
爸 三 十 五 岁 ， 他 属

gǒu   wǒ mā ma sān shí sān
狗 。 我 妈 妈 三 十 三

suì   tā shǔ shǔ   wǒ jīn nián liù suì   shǔ tù   wǒ shì yì
岁 ， 她 属 鼠 。 我 今 年 六 岁 ， 属 兔 。 我 是 一

jiǔ jiǔ jiǔ nián èr yuè shí hào chū shēng de
九 九 九 年 二 月 十 号 出 生 的 。 ……

IT IS YOUR TURN!

Introduce your family members.

dì sì kè
第四课
dòng wù yuán
动物园

CD T10

1

wǒ xǐ huan dòng wù　　bà ba　　mā ma
我喜欢动物。爸爸、妈妈

cháng cháng dài wǒ qù dòng wù yuán
常常带我去动物园。

dòng wù yuán li yǒu hóu zi lǎo hǔ dà xiàng shī

② 动物园里有猴子、老虎、大象、狮

zi xióng māo shé děng děng

子、熊猫、蛇等等。

New words:

1 常 cháng often　常常 cháng cháng quite often

2 带 dài take; bring

3 去 qù go

4 动物园 dòng wù yuán zoo

5 猴 hóu monkey　猴子 hóu zi monkey

6 虎 hǔ tiger　老虎 lǎo hǔ tiger

7 象 xiàng elephant　大象 dà xiàng elephant

8 狮 shī lion　狮子 shī zi lion

9 熊 xióng bear　熊猫 xióng māo panda

10 蛇 shé snake

11 等 děng etc.　等等 děng děng etc.

1 Learn the radicals.

小 (小) small   土 soil   虍 tiger

2 CD T11 Listen to the recording. Tick what is correct and cross what is incorrect.

1 ✕

2

3

4

5

6

3 CD T12 **Listen, clap and practise.**

wǒ men cháng qù dòng wù yuán
我们 常 去动物园。

dòng wù yuán li yǒu shī zi
动物园里 有狮子，

yǒu lǎo hǔ   yǒu dà xiàng
有老虎，有大象。

shī zi   lǎo hǔ hé dà xiàng
狮子、老虎和大象。

4 **Learn the characters.**

① tóu
头
head

② shǒu
手
hand

5 **Ask your classmates the following questions.**

nǐ   xǐ huan yǎng chǒng wù ma
1) 你喜欢 养 宠物吗？

nǐ   xǐ huan yǎng shén me chǒng wù
2) 你喜欢 养 什么 宠物？

nǐ cháng cháng qù dòng wù yuán ma
3) 你常 常去动物园吗？

dòng wù yuán li yǒu shén me dòng wù
4) 动物园里有什么动物？

25

6 Name in Chinese the animals in the picture below.

7 Say in Chinese.

Extra words:

- a 长颈鹿 (cháng jǐng lù) giraffe
- b 大猩猩 (dà xīng xing) gorilla
- c 河马 (hé mǎ) hippo
- d 斑马 (bān mǎ) zebra
- e 熊 (xióng) bear

8 Game.

INSTRUCTIONS:

1 The whole class may join the game.

2 One student comes to the front and imitates an animal. The rest of the class guesses what the animal is.

9 Colour the picture and describe it in Chinese.

28

10 Answer the following questions.

hóu zi chī shén me
猴子吃什么？

mǎ chī shén me
马吃什么？

xióng māo chī shén me
熊猫吃什么？

gǒu chī shén me
狗吃什么？

māo chī shén me
猫吃什么？

yáng chī shén me
羊吃什么？

jī chī shén me
鸡吃什么？

tù zi chī shén me
兔子吃什么？

niú chī shén me
牛吃什么？

第五课
dì wǔ kè

我喜欢绿色
wǒ xǐ huan lǜ sè

爸爸喜欢灰
bà ba xǐ huan huī

色和棕色。
sè hé zōng sè

1

2

妈妈喜欢紫色。
mā ma xǐ huan zǐ sè

3

姐姐喜欢 橙色。
jiě jie xǐ huan chéng sè

mèi mei xǐ huan fěn hóng sè
妹妹喜欢粉红色。

wǒ xǐ huan lǜ sè
我喜欢绿色。

New words:

① 灰 huī grey   灰色 huī sè grey

② 棕 zōng palm   棕色 zōng sè brown

③ 紫 zǐ purple   紫色 zǐ sè purple

④ 橙 chéng orange   橙色 chéng sè orange colour

⑤ 粉 fěn powder   粉红色 fěn hóng sè pink

⑥ 绿 lǜ green   绿色 lǜ sè green

1 Say the colours in Chinese.

EXAMPLE:

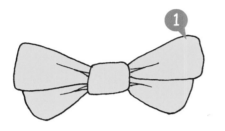

hóng sè
红色

Extra words:

⭐a qiǎn lán sè
浅蓝色 light blue

b shēn lán sè
深蓝色 dark blue

①

②

③

④

⑤

⑥

⑦

⑧

⑨

⑩

⑪

32

2 CD T14 Listen, clap and practise.

là bǐ   là bǐ shén me yán sè
蜡笔、蜡笔什么颜色？

chéng sè   zǐ sè   zōng sè   lǜ sè
橙色、紫色、棕色、绿色。

là bǐ   là bǐ shén me yán sè
蜡笔、蜡笔什么颜色？

chéng   zǐ   zōng   lǜ   huī sè
橙、紫、棕、绿、灰色。

3 Ask your classmates the following questions.

nǐ de shēng rì shì jǐ yuè jǐ hào   nǐ shǔ shén me
1) 你的生日是几月几号？你属什么？

nǐ jiā yǒu jǐ kǒu rén   yǒu shuí
2) 你家有几口人？有谁？

nǐ bà ba shǔ shén me   nǐ mā ma shǔ shén me
3) 你爸爸属什么？你妈妈属什么？

nǐ xǐ huan shén me yán sè
4) 你喜欢什么颜色？

nǐ men jiā yǎng chǒng wù ma   nǐ xǐ huan yǎng gǒu ma
5) 你们家养宠物吗？你喜欢养狗吗？

4 Learn the characters.

① lái 来 come

② qù 去 go

5 CD T15 Listen to the recording. Tick what is correct and cross what is incorrect.

6 **Colour the picture and describe it in Chinese.**

zhè shì tā de fángjiān   tā de fángjiān li yǒu

这是他的房间。他的房间里有……

7 Game.

> **INSTRUCTIONS:**
>
> 1 The whole class may join the game.
>
> 2 The teacher says one item in Chinese, and the students are expected to say its colour(s).

EXAMPLE:

lǎo shī　　yú
老 师 ： 鱼 。

xué sheng yī　　hóng sè
学 生 一 ： 红色 。

xué sheng èr　　huáng sè
学 生 二 ： 黄色 。

8 Speaking practice.

EXAMPLE:

wǒ jiào huáng xiǎo huā　　wǒ jīn nián qī
我 叫 黄 小 花 。我 今 年 七

suì　　wǒ shǔ hǔ　　wǒ jiā yǒu sì kǒu
岁 。我 属 虎 。我 家 有 四 口

rén　　bà ba　　mā ma　　jiě jie hé
人 ：爸爸 、 妈妈 、 姐姐 和

wǒ　　wǒ bà ba xǐ huan hēi sè hé bái
我 。我 爸爸 喜 欢 黑色 和 白

sè　　wǒ mā ma
色 。我 妈妈 ……

IT IS YOUR TURN!

Say the colours that your family members like.

36

9 Colour the pictures and describe them in Chinese.

EXAMPLE:

hóng sè   de píng guǒ
红色的苹果

dì liù kè
第六课
kě ài de dì di
可爱的弟弟

CD T16

wǒ de dì di yí suì le　　tā
我的弟弟一岁了。他
yǒu sì kē yá chǐ　　tā de liǎn
有四颗牙齿。他的脸
yuán yuán
圆圆
de　　ěr duo xiǎo xiǎo de
的，耳朵小小的，
jiǎo yě xiǎo xiǎo de　　tā hěn
脚也小小的。他很
pàng　　hěn kě ài
胖，很可爱。

New words:

1. kē 颗 measure word
2. yá 牙 tooth
3. chǐ 齿 tooth　yá chǐ 牙齿 tooth
4. liǎn 脸 face
5. yuán 圆 round
6. ěr 耳 ear
7. duǒ 朵 measure word; clouds　ěr duo 耳朵 ear
8. jiǎo 脚 foot
9. kě ài 可爱 lovely

1 Look, read and match. Write the numbers.

Extra words:

a shǒu zhǐ 手指 finger

b dù zi 肚子 tummy

c tuǐ 腿 leg

1 a) 他的牙齿白白的。
（tā de yá chǐ bái bái de）

☐ b) 她的腿长长的。
（tā de tuǐ cháng cháng de）

☐ c) 他的耳朵大大的。
（tā de ěr duo dà dà de）

☐ d) 他的肚子圆圆的。
（tā de dù zi yuán yuán de）

☐ e) 他的手小小的。
（tā de shǒu xiǎo xiǎo de）

☐ f) 她的脚小小的。
（tā de jiǎo xiǎo xiǎo de）

☐ g) 她的手指长长的。
（tā de shǒu zhǐ cháng cháng de）

☐ h) 她的眼睛大大的。
（tā de yǎn jing dà dà de）

2 CD T17 Listen, clap and practise.

wǒ de dì di yí suì le
我的弟弟一岁了，

yí gòng zhǎng le sì kē yá
一共 长了四颗牙，

liǎnr yuán yuán ěr duo dà
脸儿圆圆、耳朵大，

xiǎo shǒu xiǎo jiǎo zhēn kě ài
小手、小脚真可爱。

3 CD T18 Listen to the recording. Tick what is correct and cross what is incorrect.

40

4 Game.

1 The class is divided into small groups.

2 The cards prepared by the teacher have nothing but characters on them.

3 Each group is asked to write pinyin with the correct tone for each character.

5 Learn the characters.

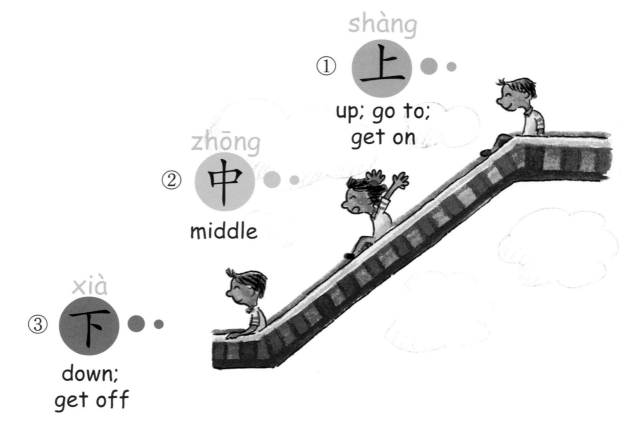

shàng
① 上 ••
up; go to;
get on

zhōng
② 中 ••
middle

xià
③ 下 ••
down;
get off

6 Say the parts of the body in Chinese.

Useful words:

tóu
a) 头 head

tóu fa
b) 头发 hair

yǎn jing
c) 眼睛 eye

bí zi
d) 鼻子 nose

zuǐ ba
e) 嘴巴 mouth

ěr duo
f) 耳朵 ear

liǎn
g) 脸 face

shǒu
h) 手 hand

tuǐ
i) 腿 leg

jiǎo
j) 脚 foot

dù zi
k) 肚子 tummy

shǒu zhǐ tou
l) 手指头 finger

7 Ask your classmates the following questions.

nǐ bà ba gāo ma   nǐ mā ma gāo ma   nǐ gāo ma
1) 你爸爸高吗？你妈妈高吗？你高吗？

nǐ de liǎn yuán ma   nǐ de yǎn jing dà ma
2) 你的脸圆吗？你的眼睛大吗？

nǐ de zuǐ ba dà ma   nǐ yǒu jǐ kē yá
3) 你的嘴巴大吗？你有几颗牙？

nǐ de tóu fa cháng ma   shì shén me yán sè de
4) 你的头发长吗？是什么颜色的？

42

8 Game.

INSTRUCTIONS:

1 This game is just like "Simon says". The whole class may join the game.

2 When the teacher says a part of the body, every student is expected to point to the right part.

3 Those who point to the wrong part are out of the game.

9 Speaking practice.

tā pàng pàng de
她 胖 胖 的 。

tā de tóu fa cháng
她 的 头 发 长

cháng de   tā de liǎn
长 的 。 她 的 脸

yuányuán de   tā de
圆 圆 的 。 她 的

bí zi gāo gāo de
鼻 子 高 高 的 。

tā de zuǐ ba xiǎo
她 的 嘴 巴 小

xiǎo de
小 的 。

10 Game.

> **INSTRUCTIONS:**
>
> 1 The teacher prepares some cards with Chinese words on them.
>
> 2 Each student is given a card. The students take turns going up to the board to draw a picture of the word.
>
> 3 The rest of the class guesses what the picture is.

Words on the cards:

lǎo hǔ　shī zi　dà xiàng
老虎　狮子　大象
tù zi　xióng māo
兔子　熊猫……

A drawing on the board:

Card:

gǒu
狗

11 Say in Chinese.

EXAMPLE:

xióng māo de yǎn jing
熊猫的眼睛

①

②

③

④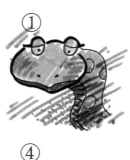

⑤

⑥

12 Game.

INSTRUCTIONS:

1 The whole class may join the game.

2 One student describes another student in the class and the rest tries to guess who he/she is.

EXAMPLE:

tā shì nǚ de   tā de yǎn jing dà dà de   bí zi gāo gāo

她是女的。她的眼睛大大的，鼻子高高

de   zuǐ ba xiǎo xiǎo de   tā de tóu fa bù cháng

的，嘴巴小小的。她的头发不长。

13 Speaking practice.

IT IS YOUR TURN!

Bring a photo or a drawing of your parents with you and introduce them to the class.

EXAMPLE:

zhè shì wǒ bà ba hé mā

这是我爸爸和妈

ma   wǒ bà ba hěn gāo

妈。我爸爸很高，

bú pàng   tā de yǎn jing dà

不胖。他的眼睛大

dà de

大的。……

dì qī kè
第七课
wǒ shàng èr nián jí
我上二年级

wǒ zài guāng míng xiǎo xué shàng xué　　wǒ shàng èr nián jí
我在光明小学上学。我上二年级。

zài xué xiào　　wǒ xué yīng yǔ　　hàn yǔ　　shù xué　　kē
在学校，我学英语、汉语、数学、科

xué děng děng
学等等。

New words:

1 光 guāng light

2 明 míng bright　光明 guāng míng bright

3 小学 xiǎo xué primary school

4 上学 shàng xué go to school

5 级 jí grade　年级 nián jí grade

6 英 yīng English

7 语 yǔ language

英语 yīng yǔ English (language)

8 汉语 hàn yǔ Chinese (language)

9 数 shù number　数学 shù xué maths

10 科 kē subject of study　科学 kē xué science

1 Say in Chinese.

EXAMPLE: yīng yǔ 英语

Extra words:

a měi shù 美术 art

b tǐ yù 体育 P.E.

c yīn yuè 音乐 music

1 我学汉语

2 (8+4)×3-4=?

3

4

5

6

2 CD T20 Listen, clap and practise.

nǐ zài xué xiào xué shén me
你 在 学 校 学 什 么 ？

wǒ xué shù xué hé yīng wén
我 学 数 学 和 英 文 ，

xué hàn yǔ　　xué kē xué
学 汉 语 ， 学 科 学 ，

tiān tiān shàng xué zhēn kuài lè
天 天 上 学 真 快 乐 ！

3 Learn the characters.

dà
大
big

xiǎo
小
small

4 CD T21 Listen to the recording. Tick what is correct and cross what is incorrect.

5 **Learn the radical.**

夂 writing

6 **Speaking practice.**
EXAMPLE:

tā liù suì   tā shàng èr nián jí
他六岁。他上二年级。

六岁
二年级

① 五岁
一年级

② 七岁
三年级

③ 十二岁
八年级

7 Ask your classmates the following questions.

Questions	xué sheng yī 学 生 一	xué sheng èr 学 生 二
nǐ xǐ huan shàng yīng yǔ kè ma 1) 你喜欢 上 英语课吗？		
nǐ xǐ huan shàng hàn yǔ kè ma 2) 你喜欢 上 汉语课吗？		
nǐ xǐ huan shàng shù xué kè ma 3) 你喜欢 上 数学课吗？		
nǐ xǐ huan shàng kē xué kè ma 4) 你喜欢 上 科学课吗？		

8 Game.

INSTRUCTIONS:

1 The whole class may join the game.

2 The teacher names one item in Chinese, and the students are expected to add more to the same category.

3 Those who do not add any or add wrong items are out of the game.

9 Ask your classmates the following questions.

nǐ jǐ suì   shàng jǐ nián jí
1)你几岁？上几年级？

nǐ de shēng rì shì jǐ yuè jǐ hào   nǐ shǔ shén me
2)你的生日是几月几号？你属什么？

nǐ jiā de diàn huà hào mǎ shì duō shao
3)你家的电话号码是多少？

nǐ xǐ huan nǐ de xiào fú ma
4)你喜欢你的校服吗？

nǐ xǐ huan shén me dòng wù
5)你喜欢什么动物？

10 Speaking practice.

EXAMPLE:

tā chuān chèn shān hé qún
她穿衬衫和裙
zi   tā de yǎn jing xiǎo
子。她的眼睛小
xiǎo de   tā de zuǐ ba
小的。她的嘴巴
yě xiǎo xiǎo de
也小小的。

第八课
dì bā kè
我的同学
wǒ de tóng xué

CD T22

我是小学生，今年上二
wǒ shì xiǎo xué shēng　　jīn nián shàng èr

年级，在三班。我们班有
nián jí　　zài sān bān　　wǒ men bān yǒu

二十四个学生：十四个男
èr shí sì ge xué sheng　　shí sì ge nán

生，十个女生。我的同学中，有的是
shēng　　shí ge nǚ shēng　　wǒ de tóng xué zhōng　　yǒu de shì

中国人，有的是美国人，有的是英国
zhōng guó rén　　yǒu de shì měi guó rén　　yǒu de shì yīng guó

人，有的是日本人。
rén　　yǒu de shì rì běn rén

New words:

1 xué sheng
学生 student

xiǎo xué shēng
小学生 primary school student

2 jīn nián
今年 this year

3 bān
班 class

4 tóng
同 same   tóng xué
同学 schoolmate

5 yǒu de
有的 some

6 guó
国 country   zhōng guó
中国 China

zhōng guó rén
中国人 Chinese (people)

7 měi
美 beautiful   měi guó
美国 America

měi guó rén
美国人 American (people)

8 yīng guó
英国 Britain

yīng guó rén
英国人 Briton

* **9** běn
本 root   rì běn
日本 Japan

rì běn rén
日本人 Japanese (people)

1 Say in Chinese.

EXAMPLE:

zhōng guó
中国

①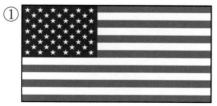

②

③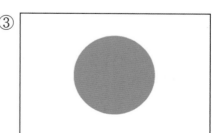

2 Learn the radicals.

王 king

羊 sheep

3 Say in Chinese.

EXAMPLE: zhōng guó rén 中国人

①

54

2

Extra words:

hán guó rén
a 韩国人 Korean (people)

fǎ guó rén
b 法国人 French (people)

ào dà lì yà rén
c 澳大利亚人 Australian (people)

3

4

5

6

4 (CD)T23 Listen, clap and practise.

wǒ shì yí ge xiǎo xué shēng
我是一个小学生，

tiān tiān zài xiào xué zhōng wén
天天在校学中文。

wǒ men bān li yǒu nán shēng yǒu nǚ shēng
我们班里有男生，有女生，

yǒu zhōng guó rén měi guó rén
有中国人、美国人，

rì běn rén hé yīng guó rén
日本人和英国人。

5 (CD)T24 Listen to the recording. Tick what is correct and cross what is incorrect.

1
我是日本人。
(✓)

2
我是英国人。

( )

3
中山小学

( )

4

( )

5
我是中国人。

( )

6
我是小学生。

( )

6 Learn the characters.

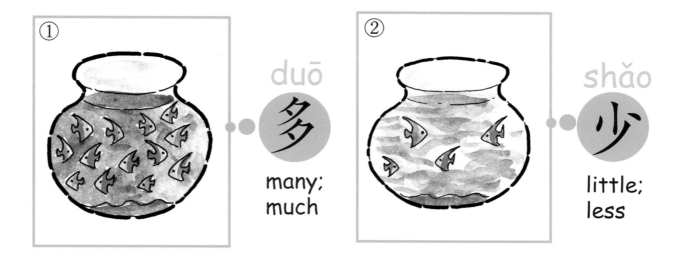

① duō
多
many; much

② shǎo
少
little; less

7 Speaking practice.

小学生
二年级

EXAMPLE:

tā shì xiǎo xué shēng
他是小学生。

tā shàng èr nián jí
他上二年级。

1

小学生
三年级

2

小学生
五年级

3

中学生
七年级

8 Ask your classmates the following questions.

Questions	tóng xué yī 同学一	tóng xué èr 同学二
nǐ jīn nián jǐ suì 1) 你今年几岁？		
nǐ shàng jǐ nián jí 2) 你上几年级？		
zài xué xiào nǐ xué shén me 3) 在学校，你学什么？		

9 Read aloud the following sentences. Then say the meaning of each sentence.

wǒ jiā / zhù zài / huā yuán lù
1) 我家／住在／花园路。

wǒ / chū shēng nà tiān / shì / xīng qī liù
2) 我／出生那天／是／星期六。

wǒ / cháng cháng / qù / dòng wù yuán
3) 我／常常／去／动物园。

xiǎo dì di / yǒu / sān kē yá chǐ
4) 小弟弟／有／三颗牙齿。

wǒ / jīn nián / shàng / sān nián jí
5) 我／今年／上／三年级。

wǒ de tóng xué / dōu shì / měi guó rén
6) 我的同学／都是／美国人。

10 Game.

EXAMPLE:

wǒ shì xué sheng

我是学生

11 Speaking practice.

EXAMPLE:

wǒ jiào tián xiǎo guāng   wǒ jīn nián qī
我叫田小光。我今年七

suì   wǒ shì xiǎo xué shēng   wǒ shàng
岁。我是小学生。我上

sān nián jí   wǒ shì zhōng guó rén
三年级。我是中国人。

wǒ zài měi guó chū shēng   wǒ de shēng
我在美国出生。我的生

rì shì sì yuè shí hào   wǒ shǔ tù
日是四月十号。我属兔。

IT IS YOUR TURN!

Introduce yourself.

dì jiǔ kè
第九课
shuō hàn yǔ
说汉语

jīn zài shí de bà ba mā ma dōu shì hán guó rén tā men
金在石的爸爸、妈妈都是韩国人。他们
huì shuō hán guó yǔ hé hàn yǔ jīn zài shí yě huì shuō hán guó
会说韩国语和汉语。金在石也会说韩国
yǔ hé hàn yǔ tā hái huì shuō yīng
语和汉语。他还会说英
yǔ tā xiǎng xué fǎ yǔ
语。他想学法语。

nǐ shì nǎ guó rén
你是哪国人？
nǐ huì shuō shén me yǔ yán
你会说什么语言？

60

New words:

① jīn
金 surname; gold

② shí
石 stone

③ hán guó
韩国 Republic of Korea

hán guó rén
韩国人 Korean (people)

hán guó yǔ
韩国语 Korean (language)

④ huì
会 can

⑤ shuō
说 speak

⑥ xiǎng
想 want; would like

⑦ fǎ   fǎ yǔ
法 law   法语 French (language)

⑧ nǎ guó rén
哪国人 what nationality

⑨ yán   yǔ yán
言 speech   语言 language

1 Speaking practice.

EXAMPLE:

tā shì zhōng guó rén
他 是 中 国 人。

tā shuō hàn yǔ
他 说 汉 语。

2 Learn the characters.

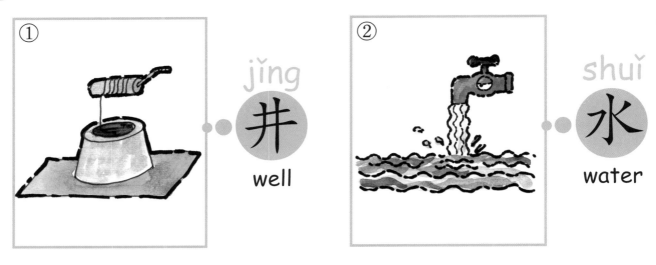

① jǐng
井
well

② shuǐ
水
water

3 Ask your partner the following questions.

Questions	yǔ yán 语言
nǐ yé ye huì shuō shén me yǔ yán 1) 你爷爷会说什么语言？	
nǐ nǎi nai huì shuō shén me yǔ yán 2) 你奶奶会说什么语言？	
nǐ bà ba huì shuō shén me yǔ yán 3) 你爸爸会说什么语言？	
nǐ mā ma huì shuō shén me yǔ yán 4) 你妈妈会说什么语言？	
nǐ huì shuō shén me yǔ yán 5) 你会说什么语言？	
nǐ xiǎng xué shén me yǔ yán 6) 你想学什么语言？	

4 CD T26 Listen, clap and practise.

nǐ bà ba shì nǎ guó rén
你爸爸是哪国人？

tā shì nǎ guó rén
他是哪国人？

wǒ bà ba shì zhōng guó rén
我爸爸是中国人；

tā shì zhōng guó rén
他是中国人。

5 Say in Chinese.

EXAMPLE:

yīng guó
英国

① ② ③

④ ⑤ ⑥

6 Speaking practice.

EXAMPLE:

tā shì wǒ de hǎo péngyou jiào gāo xiǎo
她是我的好朋友，叫高小

hóng tā shì xiǎo xué shēng tā jīn nián
红。她是小学生。她今年

shàng èr nián jí tā bà ba shì zhōng guó
上二年级。她爸爸是中国

rén tā mā ma shì fǎ guó rén tā huì
人。她妈妈是法国人。她会

shuō hàn yǔ fǎ yǔ hé yīng yǔ
说汉语、法语和英语。

IT IS YOUR TURN!

Introduce your best friend.

7 🔘T27 Listen to the recording. Tick what is correct and cross what is incorrect.

8 Speaking Practice.

EXAMPLE:

tā xiǎng xué rì yǔ
她 想 学 日 语。

Useful words:

xué rì yǔ
a) 学日语

qù fǎ guó
b) 去法国

chuān qún zi
c) 穿裙子

chī hàn bǎo bāo
d) 吃汉堡包

chī píng guǒ
e) 吃苹果

yǎng tù zi
f) 养兔子

hē kě lè
g) 喝可乐

qù dòng wù yuán
h) 去动物园

dì shí kè
第十课
wǒ de xué xiào
我的学校

zhè shì wǒ de xué xiào wǒ men xué
这是我的学校。我们学
xiào yǒu cāo chǎng lǐ táng tǐ yù
校有操场、礼堂、体育
guǎn diàn nǎo shì tú shū guǎn děng
馆、电脑室、图书馆等

děng wǒ de jiào
等。我的教
shì zài èr lóu
室在二楼，
èr líng sān shì
二〇三室。

New words:

1. cāo 操 exercise
2. chǎng 场 open space
   cāo chǎng 操场 sports ground; playground
3. lǐ 礼 ceremony
4. táng 堂 main room of a house
   lǐ táng 礼堂 assembly hall
5. tǐ 体 body
6. yù 育 educate; education

tǐ yù 体育 physical education
7. guǎn 馆 place (indoors)
   tǐ yù guǎn 体育馆 gymnasium
8. tú 图 picture; drawing
   tú shū 图书 books
   tú shū guǎn 图书馆 library
9. jiào 教 teach   jiào shì 教室 classroom
10. lóu 楼 floor   èr lóu 二楼 second floor

1 CD T29 Listen, clap and practise.

wǒ de xué xiào kě zhēn dà
我的学校可真大，
yǒu jiào shì   yǒu lǐ táng
有教室，有礼堂，
tú shū guǎn hé tǐ yù guǎn
图书馆和体育馆，
hái yǒu yí ge dà cāo chǎng
还有一个大操场。

Extra words:

a měi shù shì
美术室 art room

b yīn yuè shì
音乐室 music room

c yóu yǒng chí
游泳池 swimming pool

d xiǎo mài bù
小卖部 tuck shop

e tíng chē chǎng
停车场 car park

3 Learn the radicals.

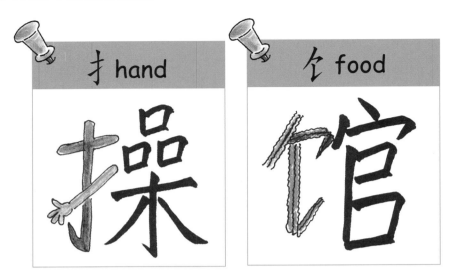

扌 hand

操

饣 food

馆

4 CD T30 Listen to the recording. Tick what is correct and cross what is incorrect.

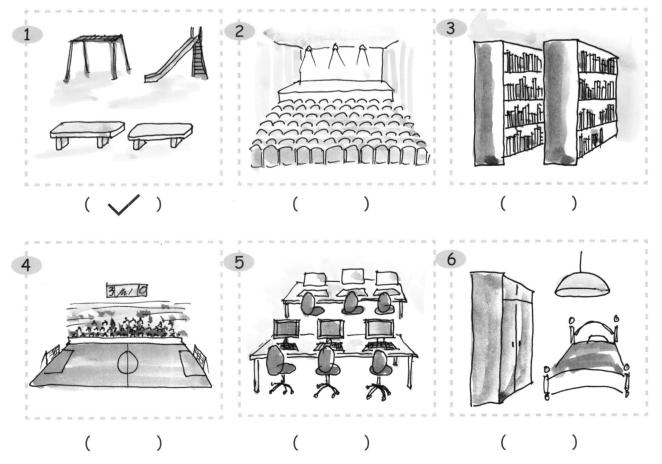

1 (✓)

2 ( )

3 ( )

4 ( )

5 ( )

6 ( )

5 Speaking practice.

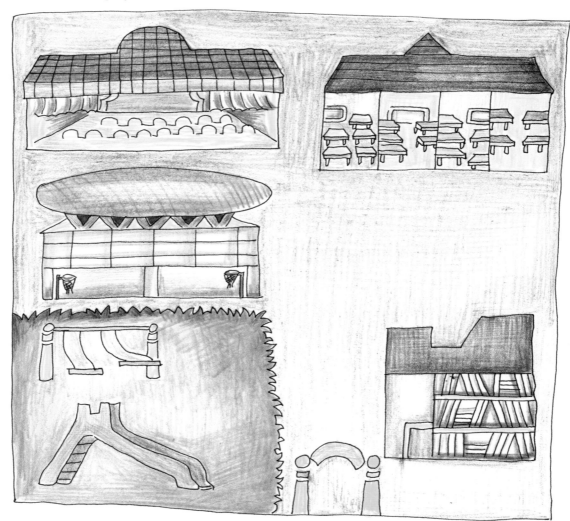

EXAMPLE:

zhè shì wǒ de xué xiào　　wǒ de jiào shì zài yì lóu　　yāo líng sān
这是我的学校。我的教室在一楼，一〇三

shì　　　wǒ men xué xiào yǒu　lǐ táng　　　　wǒ xǐ huan wǒ de xué
室。我们学校有礼堂……我喜欢我的学

xiào
校。

IT IS YOUR TURN!

Draw a picture of your school and describe it to the class.

6 Learn the radicals.

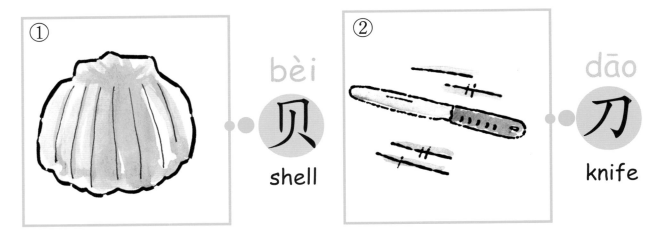

① bèi
贝
shell

② dāo
刀
knife

7 Game.

water

INSTRUCTIONS:

1 The class is divided into small groups.

2 The teacher says a word in English and each group is asked to write characters. The group writing more correct characters than any other groups wins the game.

EXAMPLE:

water → 水

8 Speaking practice.

EXAMPLE:

zhè shì wǒ jiā de fáng zi

这是我家的房子。

èr lóu yǒu liǎng jiān wò shì yí ge

二楼有两间卧室、一个

shū fáng hé yí ge yù shì

书房和一个浴室。

yì lóu yǒu kè tīng hé chú fáng wǒ

一楼有客厅和厨房。我

de fáng jiān li yǒu

的房间里有……。

> **IT IS YOUR TURN!**

Draw a picture of your house and describe it to the class.

74

New words:

1. **qǐng** 请 please
2. **jìn** 进 go into
3. **zuò** 坐 sit
4. **bié** 别 don't
5. **shuō huà** 说话 speak; talk

6. **zhàn** 站 stand; get up
7. **qǐ lai** 起来 used after a verb to indicate an upward movement
8. **gēn** 跟 follow
9. **dú** 读 read out

1  Listen, clap and practise.

qǐng jìn lai   qǐng zuò xia
请进来，请坐下，

dà jiā ān jìng bié shuō huà
大家安静别说话。

gēn wǒ dú   gēn wǒ dú
跟我读，跟我读，

wǒ men dà jiā yì qǐ dú
我们大家一起读。

2 Learn the radicals.

| 刂 knife | 立 stand |

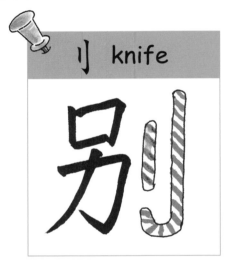

3 Speaking practice.

EXAMPLE:

请进！

76

1

请坐下！

2

别说话！

3

站起来！

4

跟我读！

Extra words:

a kāi mén 开门 open the door

b guān mén 关门 close the door

c kāi chuāng 开窗 open the window

d guān chuāng 关窗 close the window

e kāi dēng 开灯 turn on the light

f guān dēng 关灯 turn off the light

5 开门

6 关门

7 开窗

8 关窗

9 开灯

10 关灯

4 Learn the characters.

① gōng
工
work

② tǔ
土
soil

5 CD T33 Listen to the recording. Tick what is correct and cross what is incorrect.

1 请进！
(✗)

2 别说话！
(   )

3 站起来！
(   )

4 请坐下！
(   )

5 跟我读。
(   )

6 **Read aloud the following sentences. Then say the meaning of each sentence.**

gē ge / huì shuō / hàn yǔ / hé / yīng yǔ
1) 哥哥 / 会说 / 汉语 / 和 / 英语。

wǒ / yǒu / sān ge / rì běn tóng xué
2) 我 / 有 / 三个 / 日本同学。

mèi mei / bù xǐ huan / xué / shù xué
3) 妹妹 / 不喜欢 / 学 / 数学。

dì di de liǎn / yuán yuán de
4) 弟弟的脸 / 圆 圆的。

jīn tiān / sān yuè liù hào / xīng qī tiān
5) 今天 / 三月六号， / 星期天。

7 **Game.**

站起来！

> INSTRUCTIONS:
>
> 1 The whole class may join the game.
>
> 2 When the teacher says a command, the students are expected to follow the command.
>
> 3 Those who do not follow the command are out of the game.

dì shí èr kè

第十二课

xiàn zài jǐ diǎn

现在几点

CD T34

xiàn zài jǐ diǎn

现在几点？

1

xiàn zài qī diǎn

现在七点。

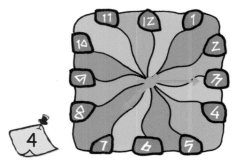

2

xiàn zài qī diǎn líng wǔ fēn

现在七点零五分。

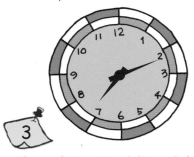

3

xiàn zài qī diǎn shí fēn

现在七点十分。

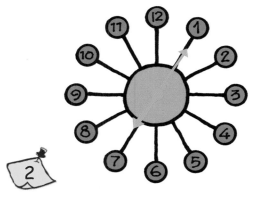

4

xiàn zài qī diǎn yí kè

现在七点一刻。

5

xiàn zài qī diǎn bàn

现在七点半。

80

xiàn zài qī diǎn sān kè
现 在 七 点 三 刻 。

New words:

1. xiàn
   现 now   xiàn zài 现在 now
2. diǎn
   点 o'clock
3. fēn
   分 minute
4. kè
   刻 quarter (of an hour)
5. bàn
   半 half

1 Match the clock with the time. Write the numbers.

wǔ diǎn
2 a) 五点

shí yī diǎn
b) 十一点

sān diǎn
c) 三点

liù diǎn
d) 六点

jiǔ diǎn
e) 九点

shí diǎn
f) 十点

2 Say in Chinese.

EXAMPLE:

qiān bǐ
铅笔

1

2

3

4

5

6

7

8

9

10

11

12

82

3 **Learn the characters.**

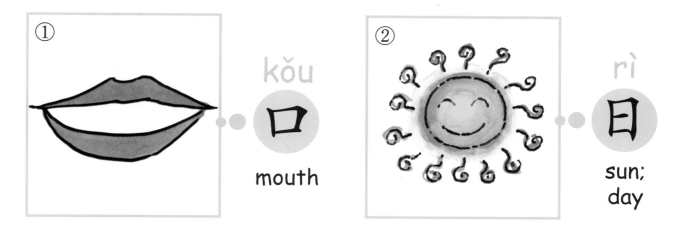

① kǒu
口
mouth

② rì
日
sun;
day

4 CD T35 **Listen, clap and practise.**

xiǎo nào zhōng　xiǎo nào zhōng
小 闹 钟 , 小 闹 钟 ,

dī　dī　dā　dā xiǎng bù tíng
滴 滴 嗒 嗒 响 不 停 。

zǎo shang tā　nào wǒ　jiù　qǐ
早 上 它 闹 我 就 起 ,

wǎn shang wǒ　shuì　tā　bù　yǔ
晚 上 我 睡 它 不 语 。

5 **Count the numbers according to the patterns.**

shí yī　　shí sān
1) 十 一 、 十 三 ⋯⋯⋯⋯⋯⋯⋯⋯

èr shí qī
二 十 七

bā　　shí
2) 八 、 十 ⋯⋯⋯⋯⋯⋯⋯⋯⋯⋯

sān shí èr
三 十 二

6 Look, read and match. Write the numbers.

 1

 2

 3

 4

 5

 6

5	a)	liǎng diǎn wǔ shí fēn 两 点 五 十 分		b)	qī diǎn èr shí fēn 七 点 二 十 分
	c)	sān diǎn líng wǔ fēn 三 点 零 五 分		d)	shí yī diǎn sān shí wǔ fēn 十 一 点 三 十 五 分
	e)	jiǔ diǎn shí fēn 九 点 十 分		f)	jiǔ diǎn líng wǔ fēn 九 点 零 五 分

7 Say the time in Chinese.

EXAMPLE: 7:00 → qī diǎn 七 点

1) 8:00   2) 11:00   3) 3:20   4) 5:10

84

8 Look, read and match. Write the numbers.

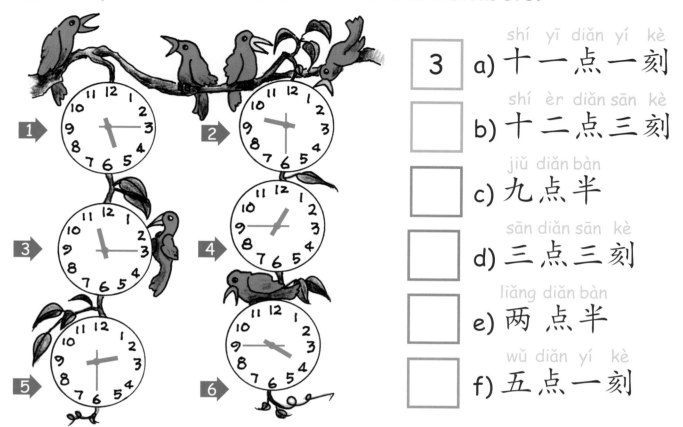

shí yī diǎn yí kè
3 a) 十一点一刻

shí èr diǎn sān kè
b) 十二点三刻

jiǔ diǎn bàn
c) 九点半

sān diǎn sān kè
d) 三点三刻

liǎng diǎn bàn
e) 两点半

wǔ diǎn yí kè
f) 五点一刻

9 Game.

INSTRUCTIONS:

1 The whole class may join the game.

2 The teacher says a time and one student goes to the front to place the short and long hands onto the right positions.

liù diǎn yí kè
EXAMPLE: 六点一刻

10 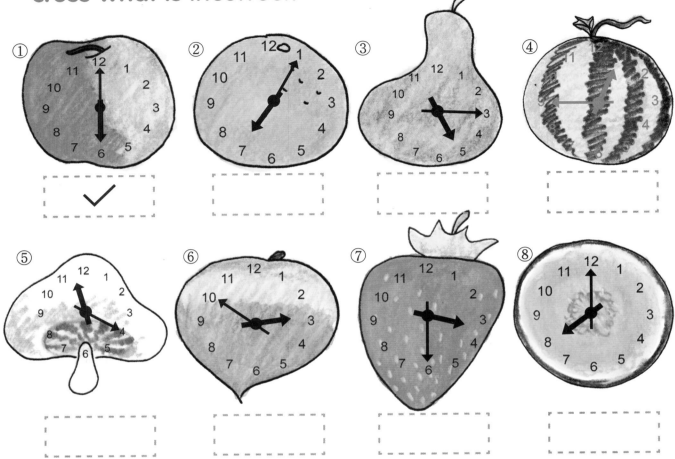 **CD T36 Listen to the recording. Tick what is correct and cross what is incorrect.**

① ✓

②

③

④

⑤

⑥

⑦

⑧

11 Game.

现在

now

INSTRUCTIONS:

1 The whole class may join the game.

2 The teacher shows a phrase on the card, and one of the students reads it and tells its meaning.

3 Those who pronounce the phrase incorrectly or say the wrong meaning are out of the game.

12 Say the time in Chinese.

xiàn zài   jǐ diǎn

现在几点？

13 Ask your partner the following questions.

xiàn zài   jǐ diǎn   nǐ měi tiān jǐ diǎn shàng xué

1) 现在几点？你每天几点上学？

jīn tiān jǐ yuè jǐ hào   jīn tiān xīng qī jǐ

2) 今天几月几号？今天星期几？

dì shí sān kè
第十三课
wǒ bā diǎn shàng xué
我八点上学

wǒ yì bān qī diǎn qǐ chuáng
1 我一般七点起床。

wǒ qī diǎn yí kè chī zǎo fàn
2 我七点一刻吃早饭。

wǒ bā diǎn shàng xué
3 我八点上学。

wǒ shí èr diǎn bàn chī wǔ fàn
4 我十二点半吃午饭。

5 wǒ sān diǎn yí kè fàng xué huí jiā
我三点一刻放学回家。

6 wǒ qī diǎn chī wǎn fàn
我七点吃晚饭。

7 wǒ jiǔ diǎn xǐ zǎo
我九点洗澡。

8 wǒ jiǔ diǎn bàn shuì jiào
我九点半睡觉。

New words:

1. bān 般 kind; way yì bān 一般 usually
2. qǐ chuáng 起床 get up
3. fàn 饭 cooked rice zǎo fàn 早饭 breakfast
4. wǔ 午 noon wǔ fàn 午饭 lunch
5. fàng 放 let go fàng xué 放学 classes are over
6. huí 回 go or come back

huí jiā 回家 go or come home

7. wǎn 晚 evening; late wǎn fàn 晚饭 dinner; supper
8. xǐ 洗 wash
9. zǎo 澡 bath xǐ zǎo 洗澡 have a bath
10. shuì 睡 sleep
11. jiào 觉 sleep shuì jiào 睡觉 sleep

1 Make short dialogues.

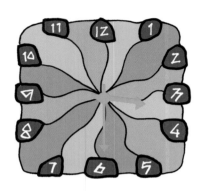

EXAMPLE:

xiàn zài jǐ diǎn
A: 现在几点？

sān diǎn bàn
B: 三点半。

1

2

3

4

5

6

7

8

9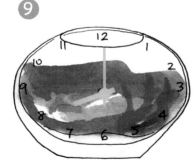

13

2 Say in Chinese.

EXAMPLE:

qǐ chuáng
起 床

Extra words:

zuò zuò yè
a 做作业 do one's homework

kàn shū
b 看书 read

kàn diàn shì
c 看电视 watch TV

wán diàn nǎo yóu xì
d 玩电脑游戏 play computer games

1

2

3

4

5

6

7

8

9

10

3 [CD][T38] Listen, clap and practise.

liù diǎn bàn　　kuài qǐchuáng
六点半，快起床，

chī le zǎo fàn qù shàng xué
吃了早饭去上学。

sì diǎn bàn　　fàng xué le
四点半，放学了，

bēi zhe shū bāo kuài huí jiā
背着书包快回家。

qī diǎn bàn　　chī wǎn fàn
七点半，吃晚饭，

chī wán wǎn fàn zuò zuò yè
吃完晚饭做作业。

4 Say the months and days in Chinese.

yí yuè　　èr yuè　　　　　　　　shí èr yuè
1) 一月、二月……………………十二月

xīng qī yī　　xīng qī èr　　　　　xīng qī tiān
2) 星期一、星期二……………星期天

5 Learn the radicals.

舟 boat

方 square

6 Speaking practice.

EXAMPLE:

tā qī diǎn qǐchuáng
他七点起床。

①  7:30

②  8:00

③  1:30

④  3:30

⑤  6:30

⑥  8:00

⑦  8:30

⑧  9:00

⑨  9:30

光明小学

7 Learn the characters.

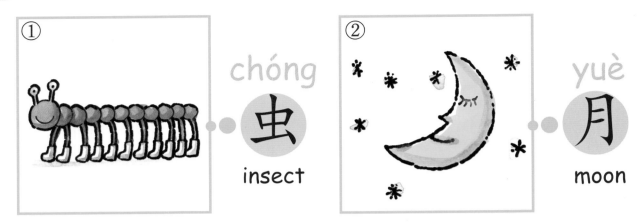

① chóng 虫 insect

② yuè 月 moon

8 CD T39 Listen to the recording. Tick what is correct and cross what is incorrect.

① ✓

②

③

④

⑤

⑥

⑦

⑧

9 Ask your classmates the following questions.

Questions	xué sheng yī 学 生 一	xué sheng èr 学 生 二
nǐ yì bān jǐ diǎn qǐ chuáng 1) 你 一 般 几 点 起 床 ？	7:15	
nǐ yì bān jǐ diǎn shàng xué 2) 你 一 般 几 点 上 学 ？		
nǐ yì bān jǐ diǎn chī wǔ fàn 3) 你 一 般 几 点 吃 午 饭 ？		
nǐ men jǐ diǎn fàng xué 4) 你 们 几 点 放 学 ？		
nǐ men jiā yī bān jǐ diǎn chī wǎn fàn 5) 你 们 家 一 般 几 点 吃 晚 饭 ？		
nǐ yì bān jǐ diǎn shuì jiào 6) 你 一 般 几 点 睡 觉 ？		

10 Ask your classmates the following questions.

nǐ nǎ nián chū shēng　　nǐ jǐ diǎn chū shēng
1) 你 哪 年 出 生 ？ 你 几 点 出 生 ？

nǐ de shēng rì shì jǐ yuè jǐ hào　　nǐ shǔ shén me
2) 你 的 生 日 是 几 月 几 号 ？ 你 属 什 么 ？

dì shí sì kè
第十四课
zǎo fàn chī miàn bāo
早饭吃面包

1

wǒ zǎo fàn yì
我早饭一
bān chī miàn bāo
般吃面包
hé jī dàn
和鸡蛋，
hē niú nǎi
喝牛奶。

2

wǒ wǔ fàn yì bān chī sān
我午饭一般吃三
míng zhì huò chǎo fàn
明治或炒饭。

3

wǒ wǎn fàn yì bān chī mǐ fàn
我晚饭一般吃米饭
hé chǎo cài   hē tāng
和炒菜，喝汤。

96

New words:

1. miàn 面 wheat flour　miàn bāo 面包 bread
2. jī 鸡 chicken
3. dàn 蛋 egg　jī dàn 鸡蛋 (hen's) egg
4. niú 牛 ox; cattle　niú nǎi 牛奶 milk
5. zhì 治 rule; govern　sān míng zhì 三明治 sandwich

6. huò 或 or
7. chǎo 炒 stir-fry　chǎo fàn 炒饭 fried rice　chǎo cài 炒菜 stir-fried dishes
8. mǐ 米 rice　mǐ fàn 米饭 cooked rice
9. tāng 汤 soup

1 Say in Chinese.

EXAMPLE: bái cài 白菜

 1

 2

 3

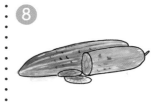 4

5

 6

 7

 8

2 Learn the radicals.

鸟 bird

火 fire

3 Say in Chinese.

EXAMPLE:

tā yì bān qī diǎn qǐchuáng
她一般七点起床。

1

2

3

4

5

6

14

4 CD T41 Listen, clap and practise.

niú nǎi　　miàn bāo　　sān míng zhì
牛奶、面包、三明治，

wǒ zuì ài　chī sān míng zhì
我最爱吃三明治。

chǎo cài　　chǎo fàn　　jī dàn tāng
炒菜、炒饭、鸡蛋汤，

wǒ zuì bú ài　hē　dàn tāng
我最不爱喝蛋汤！

5 CD T42 Listen to the recording. Tick what is correct and cross what is incorrect.

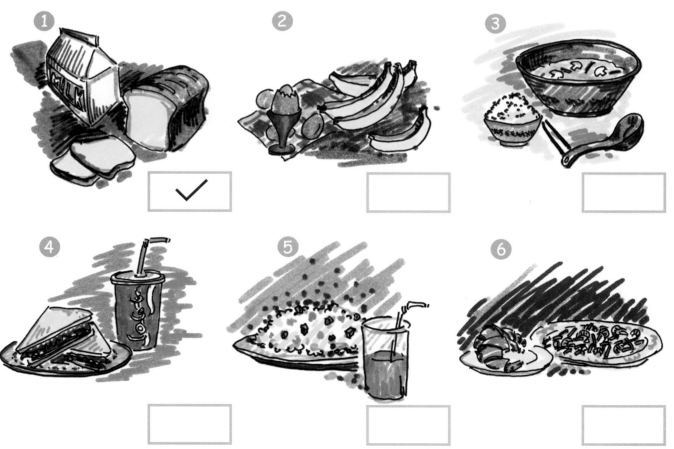

6 Speaking practice.

EXAMPLE:
wǒ xǐ huan chī chǎo fàn
我喜欢 吃炒饭。

wǒ bù xǐ huan chī chǎo fàn
（我不喜欢 吃炒饭。）

Extra words:

miàn tiáo
a 面 条 noodles

niú ròu
b 牛 肉 beef

yáng ròu
c 羊 肉 lamb

zhū ròu
d 猪 肉 pork

yì dà lì miàn
e 意 大 利 面
spaghetti

xiāng cháng
f 香 肠 sausage

bǐ sà bǐng
g 比 萨 饼 pizza

①

②

③

④

⑤

⑥

⑦

⑧

⑨

⑩

⑪

⑫

⑬

7 Game.

牛奶

INSTRUCTIONS:

1 The class is divided into small groups.

2 The teacher whispers a phrase to the first member of the group. The phrase is whispered along to the last member who is expected to repeat that phrase correctly.

3 If the last student does not repeat the phrase correctly, this group is out of the game.

8 Learn the characters.

①

mù

木

tree; wood

②

tián

田

field

9 Ask your classmates the following questions.

nǐ zǎo fàn yì bān chī shén me
1) 你早饭一般吃什么?

nǐ wǔ fàn yì bān chī shén me
2) 你午饭一般吃什么?

nǐ wǎn fàn yì bān chī shén me
3) 你晚饭一般吃什么?

nǐ xǐ huan chī shén me
4) 你喜欢吃什么?

nǐ xǐ huan hē shén me
5) 你喜欢喝什么?

10 Ask your classmates the following questions.

Questions	tóng xué yī 同学一	tóng xué èr 同学二
nǐ xǐ huan chī jī dàn ma 1) 你喜欢 吃鸡蛋吗？		
nǐ xǐ huan chī miàn bāo ma 2) 你喜欢 吃面包吗？		
nǐ xǐ huan chī mǐ fàn ma 3) 你喜欢 吃米 饭吗？		
nǐ xǐ huan chī sān míng zhì ma 4) 你喜欢 吃三明治吗？		
nǐ xǐ huan hē jī tāng ma 5) 你喜欢喝鸡汤吗？		
nǐ xǐ huan hē niú nǎi ma 6) 你喜欢喝牛奶吗？		

11 Read aloud the following pinyin and say the meaning of each phrase.

1) miàn bāo	2) chǎo fàn	3) jī tāng
4) guǒ zhī	5) niú nǎi	6) huáng gua
7) xiāng jiāo	8) mǐ fàn	9) píng guǒ

12 **Speaking practice.**

EXAMPLE:

<ruby>我<rt>wǒ</rt></ruby><ruby>一<rt>yì</rt></ruby><ruby>般<rt>bān</rt></ruby><ruby>七<rt>qī</rt></ruby><ruby>点<rt>diǎn</rt></ruby><ruby>半<rt>bàn</rt></ruby><ruby>起<rt>qǐ</rt></ruby><ruby>床<rt>chuáng</rt></ruby>。<ruby>我<rt>wǒ</rt></ruby><ruby>早<rt>zǎo</rt></ruby><ruby>饭<rt>fàn</rt></ruby>

wǒ yì bān qī diǎn bàn qǐ chuáng 　 wǒ zǎo fàn
我 一 般 七 点 半 起 床 。 我 早 饭

chī miàn tiáo 　 wǒ bā diǎn shàng xué 　 wǒ shí
吃 面 条 。 我 八 点 上 学 。 我 十

èr diǎn chī wǔ fàn 　 wǒ men sān diǎn fàng
二 点 吃 午 饭 。 我 们 三 点 放

xué 　 wǒ men jiā wǔ diǎn bàn chī wǎn fàn
学 。 我 们 家 五 点 半 吃 晚 饭 。

wǒ jiǔ diǎn shuì jiào
我 九 点 睡 觉 。

IT IS YOUR TURN!

Introduce your daily routine.

13 **Read aloud the following sentences. Then say the meaning of each sentence.**

wǒ 　 wǔ fàn 　 chī 　 sān míng zhì 　 　 hē 　 kě lè
1) 我 / 午 饭 / 吃 / 三 明 治 , / 喝 / 可 乐 。

nǎi nai 　 zuò de miàn tiáo 　 hěn hǎo chī
2) 奶 奶 / 做 的 面 条 / 很 好 吃 。

wǒ men 　 xué xiào de 　 tú shū guǎn 　 hěn dà
3) 我 们 / 学 校 的 / 图 书 馆 / 很 大 。

wǒ men de 　 jiào shì 　 zài 　 wǔ lóu 　 wǔ líng èr shì
4) 我 们 的 / 教 室 / 在 / 五 楼 , / 五 〇 二 室 。

dì shí wǔ kè
第十五课
dì di zuò xiào chē
弟弟坐校车

wǒ bà ba měi tiān zuò dù chuán shàng bān
我爸爸每天坐渡船 上班。

wǒ mā ma měi tiān zuò dì
我妈妈每天坐地
tiě shàng bān
铁上班。

wǒ měi tiān qí zì xíng chē shàng xué
我每天骑自行车 上学。

wǒ dì di ne tā měi tiān
我弟弟呢？他每天
zuò xiào chē shàng xué
坐校车上学。

nǐ bà ba měi tiān zěn me shàng bān
你爸爸每天怎么上班？

nǐ mā ma měi tiān zěn me shàng bān
你妈妈每天怎么上班？

nǐ měi tiān zěn me shàng xué
你每天怎么上学？

New words:

* ① zuò 坐 travel by (bus, train, plane, etc.)

② dù 渡 go across

③ chuán 船 boat   dù chuán 渡船 ferryboat

④ shàng bān 上班 go to work

⑤ dì 地 ground

⑥ tiě 铁 iron   dì tiě 地铁 subway

⑦ qí 骑 ride

⑧ zì 自 oneself

⑨ xíng 行 go; walk; travel

⑩ chē 车 vehicle   zì xíng chē 自行车 bicycle

⑪ ne 呢 particle

⑫ xiào chē 校车 school bus

⑬ zěn 怎 how   zěn me 怎么 how

1 Ask your partner the following questions.

nǐ jīn tiān chuān shén me xiào fú
1) 你今天穿什么校服？

nǐ de hàn yǔ lǎo shī jīn tiān chuān shén me yī fu
2) 你的汉语老师今天穿什么衣服？

2 Say in Chinese.

EXAMPLE:

xiào chē

校车

Extra words:

huǒ chē
a 火车 train

diàn chē
b 电车 tram

gōng gòng qì chē   bā shì
c 公共汽车（巴士）public bus

chū zū chē   dī shì
d 出租车（的士）taxi

fēi jī
e 飞机 plane

kāi chē
f 开车 drive a car

zǒu lù
g 走路 walk

①

②

③

④

⑤

⑥

⑦

⑧

⑨

⑩

3 Answer the following questions in picture form.

nǐ zěn me qù nǐ de xué xiào
1) 你怎么去你的学校？

nǐ zěn me qù tú shū guǎn
2) 你怎么去图书馆？

nǐ zěn me qù dòng wù yuán
3) 你怎么去动物园？

nǐ zěn me qù nǐ yé ye jiā
4) 你怎么去你爷爷家？

nǐ zěn me qù zhōng guó
5) 你怎么去中国？

nǐ zěn me qù měi guó
6) 你怎么去美国？

4 Learn the radical.

马 horse

5 Ask your classmates the following questions.

EXAMPLE:

nǐ zuò xiào chē shàng xué ma
A: 你坐校车上学吗？

zuò   bú zuò
B: 坐。（不坐。）

	No. of students
zuò xiào chē 1) 坐校车	正
qí zì xíng chē 2) 骑自行车	
zǒu lù 3) 走路	

6 🔘CD T44 Listen, clap and practise.

bà ba   mā ma qù shàng bān
爸爸、妈妈去上班：

bà ba zuò dì tiě   mā ma zuò dù chuán
爸爸坐地铁，妈妈坐渡船。

wǒ hé gē ge qù shàng xué
我和哥哥去上学：

wǒ qí zì xíng chē   gē ge zuò xiào chē
我骑自行车，哥哥坐校车。

7 **Learn the characters.**

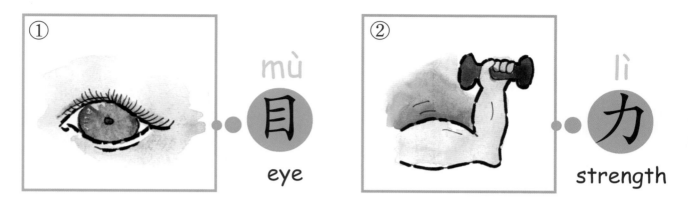

① mù
目
eye

② lì
力
strength

8 **Colour the picture and name in Chinese the means of transport.**

9 **Listen to the recording. Tick the correct answers.**

1) bà ba měi tiān 爸爸每天   ✓ shàng bān 上班。

2) mā ma měi tiān 妈妈每天   shàng bān 上班。

3) jiě jie měi tiān 姐姐每天   shàng xué 上学。

4) gē ge měi tiān 哥哥每天   shàng xué 上学。

5) wǒ měi tiān 我每天    shàngxué 上学。

6) wǒ měi tiānchuān 我每天穿   shàng xué 上学。

10 **Ask your classmates the following questions.**

1) xiàn zài jǐ diǎn   nǐ měi tiān jǐ diǎn qǐchuáng
现在几点？你每天几点起床？

2) jīn tiān jǐ yuè jǐ hào   jīn tiānxīng qī jǐ
今天几月几号？今天星期几？

11 Make short dialogues.

 爸爸

EXAMPLE:

nǐ bà ba zěn me shàng bān
A: 你爸爸怎么上班？
tā zuò chū zū chē shàng bān
B: 他坐出租车上班。

 妈妈

 姐姐

 叔叔

 姑姑

 哥哥

 妹妹

dì shí liù kè
第十六课
gē ge de ài hào
哥哥的爱好

CD T46

1 　wǒ gē ge yǒu hěn duō ài hào
我哥哥有很多爱好。

tā xǐ huan tī zú qiú　　qí mǎ hé
他喜欢踢足球、骑马和

huá bīng
滑冰。

tā yě xǐ huan kàn diànyǐng
他也喜欢看电影。

3

tā hái huì tán gāng qín
他还会弹钢琴。

New words:

hěn duō
1 很多 many

ài hào
2 爱好 hobby

tī
3 踢 kick; play (football)

zú
4 足 foot

qiú   zú qiú
5 球 ball   足球 soccer; football

qí mǎ
6 骑马 ride a horse

huá
7 滑 slip; slide

bīng   huá bīng
8 冰 ice   滑冰 ice-skating

kàn
9 看 see; watch

yǐng   diànyǐng
10 影 shadow; image   电影 film; movie

tán
11 弹 play (a stringed musical

instrument)

gāng
12 钢 steel

qín
13 琴 a general name for certain

musical instruments

gāng qín
钢琴 piano

1 Say in Chinese.

EXAMPLE:

chī zǎo fàn

吃早饭

 ①

 ②

 ③

 ④

 ⑤

 ⑥

 ⑦

 ⑧

 ⑨

 ⑩

 ⑪

 ⑫

114

2 Learn the radicals.

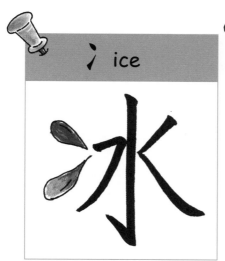

冫 ice

彡 ornament

弓 bow

3 Read aloud the following sentences. Then say the meaning of each sentence.

1) dòng wù yuán li / yǒu / lǎo hǔ、 / shī zi / hé / dà xiàng
动物园里 / 有 / 老虎、 / 狮子 / 和 / 大象。

2) jiě jie / měi xīng qī liù / qù / kàn diàn yǐng
姐姐 / 每星期六 / 去 / 看电影。

3) dì di / yǒu / liǎng ge ài hào : / tī zú qiú / hé /
弟弟 / 有 / 两个爱好： / 踢足球 / 和 /
huá bīng
滑冰。

4) mā ma de / yī fu / dōu shì / hēi sè / hé / bái sè de
妈妈的 / 衣服 / 都是 / 黑色 / 和 / 白色的。

5) wǒ jiā de xiǎo mèi mei / hái méi yǒu / shàng xué
我家的小妹妹 / 还没有 / 上学。

4 Say in Chinese.

EXAMPLE:

kàn shū
看书

①

②

③

④

⑤

⑥

⑦

⑧

⑨

5 🎧 T47 **Listen to the recording. Tick the correct answers.**

<table>
<tr>
<td>bà ba xǐ huan
1) 爸爸喜欢</td>
<td></td>
<td>
✓</td>
<td></td>
<td>。</td>
</tr>
<tr>
<td>mā ma xǐ huan
2) 妈妈喜欢</td>
<td></td>
<td></td>
<td></td>
<td>。</td>
</tr>
<tr>
<td>gē ge xǐ huan
3) 哥哥喜欢</td>
<td></td>
<td></td>
<td></td>
<td>。</td>
</tr>
<tr>
<td>jiě jie xǐ huan
4) 姐姐喜欢</td>
<td></td>
<td></td>
<td></td>
<td>。</td>
</tr>
<tr>
<td>dì di xǐ huan
5) 弟弟喜欢</td>
<td></td>
<td></td>
<td></td>
<td>。</td>
</tr>
<tr>
<td>wǒ xǐ huan
6) 我喜欢</td>
<td></td>
<td></td>
<td></td>
<td>。</td>
</tr>
</table>

6 Learn the characters.

①  ••• rén 人 person

②  ••• tiān 天 the sky; day

7 Ask your classmates the following questions.

Questions	tóng xué yī 同学一	tóng xué èr 同学二
nǐ huì tī zú qiú ma 1) 你会踢足球吗？		
nǐ huì qí mǎ ma 2) 你会骑马吗？		
nǐ huì qí zì xíng chē ma 3) 你会骑自行车吗？		
nǐ huì tán gāng qín ma 4) 你会弹钢琴吗？		
nǐ huì huá bīng ma 5) 你会滑冰吗？		
nǐ huì shuō fǎ yǔ ma 6) 你会说法语吗？		

8 CD T48 Listen, clap and practise.

tī zú qiú   tán gāng qín
踢足球，弹钢琴，

wǒ hé gē ge dōu xǐ huan
我和哥哥都喜欢；

huì qí mǎ   huì huá bīng
会骑马，会滑冰，

wǒ men hái ài kàn diàn yǐng
我们还爱看电影。

9 Game.

足球

你会踢足球吗？

INSTRUCTIONS:

1 The whole class may join the game.

2 Student A picks up a card with a phrase on it, and Student B uses the phrase to make a sentence.

3 Those who do not make a correct sentence are out of the game.

10 Speaking practice.

EXAMPLE:

wǒ jiào mǎ wén qín   wǒ jīn nián
我 叫 马 文 琴 。 我 今 年

wǔ suì   wǒ shàng yì nián jí
五 岁 。 我 上 一 年 级 。

wǒ shì zhōng guó rén   wǒ huì shuō
我 是 中 国 人 。 我 会 说

hàn yǔ hé yīng yǔ   wǒ yǒu hěn duō ài hào   wǒ xǐ huan kàn diàn
汉 语 和 英 语 。 我 有 很 多 爱 好 。 我 喜 欢 看 电

shì   kàn diànyǐng hé kàn shū   wǒ hái xǐ huan huà huàr
视 、 看 电 影 和 看 书 。 我 还 喜 欢 画 画 儿 。

IT IS YOUR TURN!

Introduce your hobbies.

11 Say as much as you can for each picture.

EXAMPLE:

wǒ xǐ huan yǎng chǒng
我 喜 欢 养 宠
wù   wǒ xiǎng yǎng
物 。 我 想 养
gǒu
狗 。

120